Impressum
Verlag: BABADADA GmbH, Nedderfeld 112 , 22529 Hamburg
Geschäftsführer / Verlagsleitung: Harald Hof
Druck: Books on Demand GmbH, In de Tarpen 42, 22848 Norderstedt

Imprint
Publisher: BABADADA GmbH, Nedderfeld 112 , 22529 Hamburg, Germany
Managing Director / Publishing direction: Harald Hof
Print: Books on Demand GmbH, In de Tarpen 42, 22848 Norderstedt

aji
classroom

raba
divide

186/2

allo
board

filin makaranta
school yard

malami
teacher

takarda
paper

rubuta
write

alkalami
pen

babban teburi
desk

rula
ruler

littafi
book

dalibi
pupil

jakar makaranta

satchel

gidan fensir

pencil case

fensir

pencil

abin fike fensir

pencil sharpener

kilina

rubber

kwalin zane

drawing pad

zane

drawing

burushin fenti

paintbrush

gwangwanin fenti

paint box

almakashi

scissors

gam

glue

littafi aiki

exercise book

aikin gida

homework

lamba

number

kara

add

debe

subtract

yi sau

multiply

kwakuleta

calculate

wasika

letter

harafi

alphabet

kalma

word

rubutu

text

karanta

read

alli

chalk

darasi

lesson

rijista

register

jarabawa

examination

satifiket

certificate

kayan makaranta

school uniform

ilimi

education

kundin ilimi

encyclopedia

jami'a

university

madubin kimiyya

microscope

taswira

map

kwandon shara

waste-paper basket

otal
hotel

Grand

dakunan dalibai
hostel

gidan canjin kudi
currency exchange office

karamin akwati
suitcase

karamar mota
car

yare
language

e/a'a
yes / no

Ya yi
Okay

barka dai
hello

mai fassara
translator

Na gode
Thank you

nawa ne...?

how much is...?

ban gane ba

I don't get it

matsala

problem

Barka da yamma!

Good evening!

Ina kwana!

Good morning!

barka da dare!

Good night!

sai an jima

goodbye

alkibla

direction

kaya

luggage

jaka

bag

jakar goyawa

backpack

bako

guest

daki

room

jakar barci

sleeping bag

tanti

tent

bayanin dan yawon bude-
ido

tourist information

bakin ruwa

beach

katin banki

credit card

karin kumallo

breakfast

abincin rana

lunch

abincin dare

dinner

tikiti

Ticket

daga

elevator

hatimi

stamp

iyaka

border

kudin fiton kaya

customs

ofishin jakadanci

embassy

biza

visa

fasfo

passport

jirgin sama
airplane

jirgin ruwa
ship

injin kashe gobara
fire truck

tarakta
truck

motar bas
bus

alekwale mai inji
otorboat

keke
bike

karamar mota
car

karamin jirgin ruwa

ferry

kwalekwale

boat

babur

motorbike

motar 'yansanda

police car

motar tsere

racing car

motar haya

rental car

tarayyar karamar mota

car sharing

babbar mota da ta lalace

tow truck

motar shara

garbage truck

mota

engine

mai

fuel

gidan mai

fuel station

alamar titi

traffic sign

zirga-zirga

traffic

cunkoson ababen hawa

traffic jam

wurin ajiye mota

parking lot

tashar jirgin kasa

train station

filin tsere

tracks

jirgin kasa

train

jirgin kasa mai kyabil

tram

keken doki

wagon

helikwafta

helicopter

filin jirgin sama

airport

hasumiya

tower

fasinja

passenger

mazubi

container

kwali

carton

amalanke

cart

kwando

basket

tashi / sauka

take off / land

kauye

village

tsakiyar birni

city center

gida

house

sinima
movie theater

talla
advert

fitilar titi
street light

titi
street

tasi
taxi

kantin kayan kwalama
snack shop

mai tafiya a kasa
pedestrian

daben hanya
sidewalk

wurin tsallaka titi
zebra crossing

mazubin shara
dumpster

tsallakawa
crossing

fitilun bada-hannu
traffic lights

bukka

hut

shafaffe

apartment

tashar jirgin kasa

train station

dakin taro

city hall

gidan kayan tarihi

museum

makaranta

school

jami'a

university

banki

bank

asibiti

hospital

otal

hotel

kantin magani

pharmacy

ofis

office

kantin littattafai

book shop

kanti

shop

mai sayar da furanni

flower shop

babban kanti

supermarket

kasuwa

market

kanti mai sassa

department store

shagon sayar da kifi

fishmonger's shop

wurin sayayya

mall

matsayar jiragen ruwa

harbor

ma'ajiyar motoci
park

benci
bench

gada
bridge

kafar bene
stairs

karkashin kasa
subway

ramin karkashin kasa
tunnel

matsayar bas
bus stop

mashaya
bar

gidan abinci
restaurant

akwatin sakonni
postbox

alamar titi
street sign

mitar ajiye motoci
parking meter

gidan namun daji
zoo

kwamin iyo
swimming pool

masallaci
mosque

gona

farm

gurbata

pollution

makabarta

cemetery

coci

church

filin wasanni

playground

dakin bauta

temple

fadin kasa
landscape

ganye
leaf

turken alama
signpost

hanya
path

makiyaya
meadow

dutse
stone

bishiya
tree

mai tattaki
hiker

korama
river

ciyawa
grass

fure
flower

kwazazzabo

valley

tudu

hill

tafki

lake

daji

forest

hamada

desert

amon dutse

volcano

fada

castle

bakan-gizo

rainbow

malafar jaki

mushroom

bishiyar kwakwar manja

palm tree

sauro

mosquito

kuda

fly

tururuwa

ant

zuma

bee

gizo

spider

burgunguma

beetle

kwado

frog

kurege

squirrel

bushiya

hedgehog

zomo

hare

mujiya

owl

tsuntsu

bird

agwagwar ruwa

swan

aladen daji

boar

namijin barewa

deer

kanki

moose

dam

dam

lantarki mai iska

wind turbine

farantin hasken rana

solar panel

yanayi

climate

sabis
waiter

jerin abinci
menu

kujera
chair

miya
soup

fiza
pizza

wuka da cokula
cutlery

kyallen rufe tuburi
tablecloth

makunni

starter

babban abinci

main course

kayan zaki

dessert

kayan sha

drinks

abinci

food

kwalba

bottle

abincin tafi-da-gidanka

fast food

abincin titi

street food

tukunyar shayi

teapot

kwanon sikari

sugar bowl

gutsire

portion

injin hada kofi

espresso machine

kujera mai tudu

high chair

doka

bill

tire

tray

wuka

knife

cokali mai yatsu

fork

cokali

spoon

cokalin shayi

teaspoon

kyallen cin abinci

serviette

gilashi

glass

faranti
plate

farantin miya
soup plate

farantin kofi
saucer

hadin dandano
sauce

mazubin gishiri
salt shaker

abin nikan yaji
pepper mill

lamurje
vinegar

mai
oil

kayan dandano
spices

miyar tumatir
ketchup

mustad
mustard

mayonnaise
mayonnaise

tayin musamman
special offer

abokin ciniki
customer

matatsar nono
dairy products

kayan marmari
fruit

abin daukar kaya
shopping cart

na mahauci
butcher's shop

shagon mai burodi
bakery

auna nauyi
weigh

kayan lambu
vegetables

nama
meat

darkararren abinci
frozen food

nama mai sanyi
cold cuts

abincin gwangwani
canned food

garin sabulun wanki
detergent

alewa
candy

kayan amfanin gida
household products

kayan tsafta
cleaning products

mai sayarwa
sales representative

haro
cash register

mai biyan kudi
cashier

jerin kayan sayayya
shopping list

sa'o'in budewa
opening hours

alabe
wallet

katin banki
credit card

jaka
bag

jakar roba
plastic bag

ruwa

water

ruwan 'ya'yan itace

juice

madara

milk

coke

coke

barasa

wine

giya

beer

barasa

alcohol

koko

cocoa

shayi

tea

kofi

coffee

bakin kofi

espresso

kofi mai madara

cappuccino

ayaba

banana

tufa

apple

lemon zaki

orange

kankana

melon

lemon tsami

lemon

karas

carrot

tafarnuwa

garlic

gora

bamboo

albasa

onion

kunnen-jaki

mushroom

dangin gyada

nuts

dangin taliya

noodles

sufageti

spaghetti

shinkafa

rice

man salak

salad

sala-sala

fries

soyayyen dankali

fried potatoes

fiza

pizza

hambaga

hamburger

sanwich

sandwich

kwan nama

escalope

naman alade

ham

salami

salami

kilishin turawa

sausage

kaza

chicken

gashi

roast

kifi

fish

kamun oats

porridge oats

muesli

muesli

kwamfiles

cornflakes

fulawa

flour

fanke

croissant

yankan burodi

bread roll

burodi

bread

gashi

toast

biskit

cookies

bota

butter

man shanu

curd

kek

cake

kwai

egg

soyayyen kwai

fried egg

cuku

cheese

askirim

ice cream

sikari

sugar

zuma

honey

jam

jelly

cakuletin shafawa

nougat cream

kori

curry

gidan gona
farm house

damin karmami
straw bale

rumbu
barn

fili
field

doki
horse

tirela
trailer

dan doki
foal

tarakta
tractor

jaki
donkey

tumaki
sheep

dan tunkiya
lamb

akuya

goat

saniya

cow

maraki

calf

alade

pig

dan alade

piglet

bajimi

bull

dinya

goose

agwagwa

duck

dan tsako

chick

kaza

hen

zakara

cockerel

bera

rat

kyanwa

cat

bera

mouse

takarkari

ox

kare

dog

dakin kare

dog house

bututun lambu

garden hose

bokitin ban-ruwa

watering can

ashasha

scythe

garma

plow

lauje

sickle

fartanya

hoe

cebur mai yatsu

pitchfork

gatari

axe

wilbaro

pushcart

mazubin abincin dabbobi

trough

gwangwanin madara

milk can

buhu

sack

shinge

fence

barga

stable

koren-gida

greenhouse

rairai

soil

iri

seed

taki

fertilizer

injin girbi da sussuka

combine harvester

girbe

harvest

girbi

harvest

doya

yams

alkama

wheat

waken soya

soya

dankali

potato

dawa

corn

furen mai

rapeseed

bishiyar kayan marmari

fruit tree

rogo

manioc

hatsi

grain

bututun hayaki
chimney

rufin daki
roof

bututun magudana
downspout

taga
window

gareji
garage

kararrawar kofa
doorbell

kofa
door

kwandon shara
trash can

akwatin wasiku
mailbox

lambu
garden

falo
living room

dakin wanka
bathroom

kicin
kitchen

dakin kwana
bedroom

dakin yaro
kids room

dakin cin abinci
dining room

dabe

floor

bango

wall

sili

ceiling

dakin karkashin kasa

cellar

wurin wankan dumi

sauna

barandar bene

balcony

baranda

terrace

gulbin ninkaya

pool

injin yanke ciyawa

lawn mower

kwano

sheet

zanen gado

bedspread

gado

bed

tsintsiya

broom

bokiti

bucket

makunni

switch

takardar banço
wallpaper

hoto
picture

fitila
lamp

kantar littattafai
shelf

kabed
cabinet

wurin wuta
fireplace

talbijin
television

fure
flower

kushin
cushion

gilashin fure
vase

babbar kujera
sofa

rimot
remote control

darduma
carpet

labule
drape

teburi
table

kujera
chair

kujera mai shillo
rocking chair

kujera mai hannu
armchair

littafi

book

bargo

blanket

kwalliya

decoration

itacen girki

firewood

fim

film

kayan hi-fi

stereo system

makulli

key

jarida

newspaper

zanen fenti

painting

fasta

poster

rediyo

radio

takardar rubutu

notebook

na'urar share darduma

vacuum cleaner

murtsunguwa

cactus

kyandir

candle

na'urar dumama abinci
microwave oven

firji
fridge

ma'aunin kicin
kitchen scales

injin kyafe burodi
tcaster

sinadarin wanki
laundry detergent

tanca
stove

gidan kankara
freezer

kwandon shara
trash can

na'urar wanke kwanoni
dishwasher

cooker
....
cooker

tukunya
....
pot

tukunyar alminiyum
....
cast-iron pot

kwanon suya
....
wok / kadai

kwanan suya
....
pan

buta
....
kettle

tukunyar dumi

steamer

kwanan gashi

baking tray

kayan tangaran

crockery

tambulan

mug

kwano

bowl

tsinkayen cin abinci

chopsticks

ludayi

ladle

ludayin suya

spatula

makadin kwai

whisk

rariya

strainer

mataci

sieve

na'urar nika

grater

turmi

mortar

balangu

barbecue

wutar sarari

fireplace

kicin - kitchen

katakon yanke-yanke

chopping board

katakon murji

rolling pin

mabudin kwalba

corkscrew

gwangwani

can

mabudin gwangwani

can opener

hannun tukunya

oven cloth

wurin wanke-wanke

sink

burushi

brush

soso

sponge

bilenda

blender

babban gidan kankara

deep freezer

bulumboti

baby bottle

famfo

tap

shaya
shower

bada dumi
heating

tawul
towel

labulen wanka
shower curtain

wankan kumfa
bubble bath

kwamin wanka
bathtub

gilashi
glass

injin wanki
washing machine

famfo
tap

tayil
tiles

fo
potty

wurin wanke-wanke
sink

bandaki
toilet

bandakin tsuguno
squat toilet

kwamin tsarki
bidet

wurin fitsari
urinal

takardar bandaki
toilet paper

burushin bandaki
toilet brush

burushin hakori

toothbrush

man hakori

toothpaste

zaren sakace

dental floss

wanke

wash

shayar hannu

hand shower

wankin farji

douche

kwamin wanke hannu

basin

burushin wanke baya

back brush

sabulu

soap

ruwan sabulun wanka

shower gel

man gyaran gashi

shampoo

tsumman wanka

flannel

lambatu

drain

kirim

creme

turaren kamshi

deodorant

madubi

mirror

madubin hannu

hand mirror

reza

razor

man yaran fuska

shaving foam

man aski

aftershave

mataji

comb

burushi

brush

na'urar busar da gashi

hair-dryer

man gashi

hairspray

kwalliya

makeup

jan-baki

lipstick

man farce

nail varnish

audugar goge kunne

cotton wool

almakashin yankan farce

nail scissors

turare

perfume

jakar wanka

washbag

bahaya

stool

ma'aunin nauyi

weighing scales

rigar wanka

bathrobe

safar roba

rubber gloves

audugar haila

tampon

audugar mata

sanitary towel

bandakin tafi-da-gidanka

chemical toilet

agogo mai kararrawa
alarm clock

yartsanar tsumma
cuddly toy

motar wasan yara
toy car

kara
rattle

gidan 'yartsana
doll's house

kyauta
present

balo

balloon

gado

bed

keken jarirai

stroller

benen kwalaye

deck of cards

wasa kwakwalwa

jigsaw

ban dariya

comic

tubalan roba

lego bricks

tubalan gini

toy blocks

mutum-mai-aiki

action figure

rigar jariri

romper suit

Dokin iska

frisbee

tafi-da-gidanka

mobile

wasan dara

board game

dan ludo

dice

zubin kwatancin jirgin kasa

model train set

mutum-mutumi

pacifier

walima

party

littafi mai hotuna

picture book

kwallo

ball

yartsana

doll

yi wasa

play

akwatin yashi

sandpit

lilo

swing

kayan wasan yara

toys

allon wasannin bidiyo

video game console

babur mai taya uku

tricycle

yartsanar tsumma

teddy bear

wadirob

wardrobe

tufafi
clothing

safa

socks

sitokins

stockings

matse-jiki

tights

adiko
scarf

lema
umbrella

belet
belt

t-shat
t-shirt

takalman aiki
boots

takalman silifas
slippers

takalman wasa
sneakers

takalman sandal
....
sandals

takalma
....
shoes

takalman roba
....
rubber boots

kamfai
....
underwear

rigar nono
....
bra

falmaran
....
undershirt

jiki

body

wando

pants

jeans

jeans

dantofi

skirt

rigar mata

blouse

karamar riga

shirt

riga mai hula

pullover

hular riga

sweater

bileza

blazer

jaket

jacket

kwat

coat

rigar ruwa

raincoat

kayan yayi

costume

kayan sawa

dress

rigar aure

wedding dress

kwat da wando

suit

rigar dare

nightgown

kayan barci

pajamas

sari

sari

dankwali

headscarf

rawani

turban

hijabi

burka

kaftani

kaftan

abaya

abaya

rigar iyo

swimsuit

wandon wasa

trunks

gajeran wando

shorts

kayan wasanni

tracksuit

kyallen aiki

apron

safar hannu

gloves

maballi

button

tabarau

glasses

awarwaro

bracelet

tsakiya

necklace

zobe

ring

dan kunne

earring

hula

cap

maratayin kwat

coat hanger

malafa

hat

lakataya

tie

zi

zip

hular kwano

helmet

masu daidaita hakori

braces

kayan makaranta

school uniform

yunifom

uniform

kyallen cin abincin jariri
....
bib

mutum-mutumi
....
pacifier

kunzugu
....
diaper

saba
server

kabed din fayiloli
filing cabinet

na'urar dab'i
printer

fuskar kwamfuta
monitor

takarda
paper

babban teburi
desk

mouse
mouse

makunshi
folder

allon madannai
keybcard

kwandon shara
waste-paper basket

kwamfuta
computer

kujera
chair

tambulan kofi
....
coffee mug

kwakuleta
....
calculator

intanet
....
internet

laptop

laptop

wasika

letter

sako

message

tafi-da-gidanka

cell phone

sadarwa

network

na'urar hoton takarda

photocopier

kwakwalwar kwamfuta

software

tarho

telephone

jona soket

plug socket

na'urar faks

fax machine

fom

form

daftari

document

sayi

buy

biya

pay

yi ciniki

trade

kudi

money

 USD

dala

dollar

 EUR

euro

euro

 JPY

yen

yen

 RUB

robul

rouble

 CHF

franc na Swiss

Swiss franc

 CNY

renminbi yuan

renminbi yuan

 INR

rupee

rupee

injin bada kudi

cash point

gidan canjin kudi

currency exchange office

zinare

gold

azurfa

silver

mai

oil

makamashi

energy

farashi

price

matuntuba

contract

haraji

tax

kaya

stock

yi aiki

work

ma'aikaci

employee

mai daukar ma'aikata

employer

masana'anta

factory

kanti

shop

jami'in dansanda
police officer

ma'aikaci kashe gobara
fireman

kuku
cook

likita
doctor

direban jirgin sama
pilot

mai aikin lambu

gardener

kafinta

carpenter

mace mai dinki

seamstress

alkali

judge

mai hada magunguna

chemist

jarumi

actor

direban bas

bus driver

direban tasi

taxi driver

masunci

fisherman

mace mai shara

cleaning lady

mai aikin rufi

roofer

sabis

waiter

mafarauci

hunter

mai fenti

painter

mai yin burodi

baker

mai gyaran lantarki

electrician

magini

builder

injiniya

engineer

mahauci

butcher

mai gyaran famfo

plumber

mai raba wasiku

postman

soja

soldier

mai zayyanar gidajǝ

architect

mai biyan kudi

cashier

mai sayar da furanni

florist

mai gyaran gashi

hairdresser

mai kida

conductor

bakanike

mechanic

kyaftin

captain

likitan hakori

dentist

masanin kimiyya

scientist

limamin yahudu

rabbi

liman

imam

mai ibadar kirista

monk

malamin addini

pastor

guduma
hammer

filaya
pliers

sikundireba
screwdriver

sifana
wrench

cocilan
torch

diga
excavator

akwatin kayan aiki
toolbox

tsani
ladder

zarto
saw

kusoshi
nails

abin hudawa
drill

gyara
....
repair

chebur
....
shovel

Tafdi!
....
Damn!

makwashin shara
....
dustpan

tukunyar fenti
....
paint can

kusoshi masu barima
....
screws

kayan kida
musical instruments

tarkacen ganga
drum set

lasifika
loud speaker

jita
guitar

rubin sauti
double bass

begila
trumpet

fiyano

piano

goge

violin

karamin sauti

bass

gangunan timpani

timpani

ganguna

drums

masarrafin fiyano

keyboard

saxophone

saxophone

sarewa

flute

makirfo

microphone

damisar tiger
tiger

mashigi
entrance

keji
cage

jakin dawa
zebra

abincin dabbobi
animal feed

panda
panda

dabbobi

animals

giwa

elephant

babba-da-jaka

kangaroo

karkanda

rhino

goggon biri

gorilla

dabbar bear

bear

rakumi

camel

jimina

ostrich

zaki

lion

biri

monkey

dinya

flamingo

aku

parrot

bear ta yankin kankara

polar bear

penguin

penguin

kifin shark

shark

dawisu

peacock

maciji

snake

kada

crocodile

mai tsaro zu

zookeeper

seal

seal

damisar jaguar

jaguar

dukushi

pony

damisar leopard

leopard

mugun dawa

hippo

rakumin dawa

giraffe

mikiya

eagle

aladen daji

boar

kifi

fish

kunkuru

turtle

walrus

walrus

dila

fox

barewa

gazelle

kwallon kafar Amurka
American football

tseren keke
cycling

wasan tennis
tennis

kwallon kwando
basketball

ninkaya
swimming

dambe
boxing

kwallon gora na cikin kar
ice hockey

kwallon kafa
soccer

badiminton
badminton

wasannin motsa jiki
athletics

kwallon hannu
handball

wasan kan kankara
skiing

kwallon dawaki
polo

yi dariya
laugh

yi tsalle
jump

rungumi
hug

yi tattaki
walk

rera waka
sing

mafarki
dream

yi addu'a
pray

sumbaci
kiss

rubuta

write

zana

draw

nuna

show

tura

push

bayar

give

dauki

take

sami

have

yi

do

kasance

be

tsaya

stand

gudu

run

jawo

pull

jefa

throw

faduwa

fall

yi karya

lie

jira

wait

dauki

carry

zauna

sit

sanya tufafi

get dressed

yi barci

sleep

farka

wake up

kalli

look at

kuka

cry

bugi

stroke

taje

comb

yi magana

talk

fahimci

understand

tambayi

ask

saurari

listen

sha

drink

ci

eat

tattare

tidy up

yi soyayya

love

dafa

cook

yi tuki

drive

tashi

fly

tafi a kwalekwale

sail

kwakuleta

calculate

karanta

read

koyi

learn

yi aiki

work

yi aure

marry

dinka

sew

goge hakora

brush teeth

kashe

kill

busa taba

smoke

aika

send

kaka mace
grandmother

kaka namiji
grandfather

uba
father

uwa
mother

jariri
baby

ya
daughter

da
son

bako

guest

gwaggo

aunt

kawu

uncle

dan'uwa

brother

yar'uwa

sister

goshi
forehead

ido
eye

kafada
shoulder

yatsa
finger

fuska
face

ha'ba
chin

hannu
hand

nono
breast

kafa
leg

damtse
arm

jariri

baby

mutum

man

mace

woman

yarinya

girl

yaro

boy

kai

head

baya

back

tulun ciki

belly

maballin ciki

navel

yatsan kafa

toe

dudduge

heel

kashi

bone

kugu

hip

guiwa

knee

guiwar hannu

elbow

hanci

nose

kasa

buttocks

fata

skin

kumatu

cheek

kunne

ear

lebe

lip

wata

mouth

hakori

tooth

harshe

tongue

kwakwalwa

brain

zuciya

heart

kwanji

muscle

huhu

lung

hanta

liver

ciki

stomach

koda

kidneys

jima'i

sex

kwaroron roba

condom

kwan mahaifa

ovum

maniyyi

semen

juna-biyu

pregnancy

haila

menstruation

farji

vagina

zakari

penis

gira

eyebrow

gashi

hair

wuya

neck

jiki - body

asibiti
hospital

motar asibiti
ambulance

kujerar guragu
wheelchair

karaya
fracture

likita

doctor

dakin kulawar gaggawa

emergency room

ma'aikaciyar jinya

nurse

na gaggawa

emergency

magashiyyan

unconscious

radadi

pain

rauni

injury

zubar jini

bleeding

bugun zuciya

heart attack

bugun jini

stroke

kyan-jiki

allergy

tari

cough

zazzabi

fever

mura

flu

gudawa

diarrhea

ciwon kai

headache

cutar sankara

cancer

ciwon suga

diabetes

likitan tiyata

surgeon

wukar likita

scalpel

tiyata

operation

CT

CT

hoton kirji

x-ray

hoton ciki

ultrasound

marufin fuska

face mask

cuta

disease

dakin jira

waiting room

madogari

crutch

filasta

plaster

bandeji

bandage

allura

injection

na'urar awon zuciya

stethoscope

gadon daukar marar lafiya

stretcher

na'urar auna zafin jiki

clinical thermometer

haihuwa

birth

yawan nauyi

overweight

abin kara ji

hearing aid

sinadarin kashe kwayoyin cuta

disinfectant

kamuwar cuta

infection

kwayar cuta

virus

Cutar Kanjamau

HIV / AIDS

magani

medicine

riga-kafi

vaccination

kwayoyin magari

tablets

magani

pill

kiran gaggawa

emergency call

ma'aunin hawan jini

blood pressure monitor

cuta / lafiya

ill / healthy

Taimako!

Help!

farmaki

assault

kararrawa

alarm

hari

attack

hatsari

danger

kofar ko-takwana

emergency exit

Wuta!

Fire!

abin kashe wuta

fire extinguisher

hadari

accident

kayan taimakon gaggawa

first-aid kit

Neman taimako

SOS

dansanda

police

Turai

Europe

Amurka ta Arewa

North America

Amurka ta Kudu

South America

Afirka

Africa

Asiya

Asia

Australia

Australia

Atlantika

Atlantic

Pacific

Pacific

Tekun Indiya

Indian Ocean

Tekun Antatika

Antarctic Ocean

Tekun Arctic

Arctic Ocean

Barin duniya na Arewa

North pole

Barin duniya na Kudu

South pole

Antatika

Antarctica

Kasa

earth

tsandauri

land

kogi

sea

tsibiri

island

kasa

nation

jiha

state

fuskar agogo

clock face

hannun awa

hour hand

hannun mintuna

minute hand

hannun dakika

second hand

Karfe nawa yanzu?

What time is it?

rana

day

lokaci

time

yanzu

now

agogon dijita

digital watch

minti

minute

awa

hour

Litinin / Monday
Talata / Tuesday
Laraba / Wednesday
Alhamis / Thursday
Juma'a / Friday
Asabar / Saturday
Lahadi / Sunday

jiya

yesterday

yau

today

gobe

tomorrow

safiya

morning

tsakar rana

noon

yamma

evening

ranakun kasuwanci

workdays

karshen mako

weekend

ruwan sama
rain

bakan-gizo
rainbow

dusar kankara
snow

iska
wind

damina
spring

Kaka
fall

bazara
summer

lokacin sanyi
winter

hasashen yanayi
weather forecast

na'urar gwajin zafi da sanyi

thermometer

hasken rana

sunshine

gajimare
cloud

hazo
fog

dumi
humidity

walkiya

lightning

aradu

thunder

guguwa

storm

kankarar ruwan sama

hail

iskar bazara

monsoon

ambaliyar ruwa

flood

kankara

ice

Janairu

January

Fabarairu

February

Maris

March

Afirilu

April

Mayu

May

Yuni

June

Yuli

July

Agusta

August

Satumba

September

Oktoba

October

Nuwamba

November

Disamba

December

da'ira

circle

murabba'i

square

kusurwa hudu

rectangle

kusurwa uku

triangle

mulmulalle

sphere

dunkule

cube

fari
white

rawaya
yellow

ruwan lemo
orange

ruwan shanshanbali
pink

ja
red

garura
purple

shudi
blue

kore
green

ruwan kasa
brown

ruwan toka
gray

baki
black

da yawa / kadan

a lot / a little

fushi / nutsuwa

angry / calm

kyakkyawa / mummuna

beautiful / ugly

farko / karshe

beginning / end

babba / karami

big / small

mai haske / mai duhu

bright / dark

dan uwa / 'yar uwa

brother / sister

mai tsafta / kazani

clean / dirty

cikakke / maras cika

complete / incomplete

rana / dare

day / night

matacce / mai rai

dead / alive

mai fadi / matsattse

wide / narrow

na ci / ba na ci ba

edible / inedible

mugu / mai tausayi

evil / kind

mai karsashi / gajiyayye

excited / bored

kakkaura / siriri

fat / thin

na farko / na karshe

first / last

aboki / makiyi

friend / enemy

cikakke / holoko

full / empty

mai tauri / mai laushi

hard / soft

mai nauyi / marar nauyi

heavy / light

yunwa / kishin ruwa

hunger / thirst

cuta / lafiya

ill / healthy

haramtacce / halastacce

illegal / legal

mai basira / dakiki

intelligent / stupid

hagu / dama

left / right

kusa / nesa

near / far

sabo / na-hannu

new / used

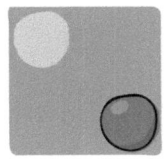

ba komai / wani abu

nothing / something

tsoho / yaro

old / young

kunna / kashe

on / off

a bude / a rufe

open / closed

shiru / kara

quiet / loud

mai arziki / talaka

rich / poor

daidai / bata

right / wrong

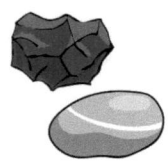

mai kaushi / mai santsi

rough / smooth

bakin ciki / farin ciki

sad / happy

gajere / dogo

short / long

a sannu / da sauri

slow / fast

jikakke / busasshe

wet / dry

dumi / sanyi

warm / cool

yaki / zaman lafiya

war / peace

0

sifili

zero

1

daya

one

2

biyu

two

3

uku

three

4

hudu

four

5

biyar

five

6

shida

six

7

bakwai

seven

8

takwas

eight

9

tara

nine

10

goma

ten

11

goma sha daya

eleven

12

goma sha biyu

twelve

13

goma sha uku

thirteen

14

goma sha hudu

fourteen

15

goma sha biyar

fifteen

16

goma sha shida

sixteen

17

goma sha bakwai

seventeen

18

goma sha takwas

eighteen

19

goma sha tara

nineteen

20

ashirin

twenty

100

dari

hundred

1.000

dubu

thousand

1.000.000

miliyan

million

Turanci

English

Turancin Amurka

American English

Mandarin na China

Chinese Mandarin

Hindi

Hindi

Sifaniyanci

Spanish

Faransanci

French

Larabci

Arabic

Yaren Rasha

Russian

Yaren Portugal

Portuguese

Bengali

Bengali

Yaren Jamus

German

Yaren Japan

Japanese

ni

I

kai

you

shi / ita / ita

he / she / it

mu

we

ku

you

su

they

wa?

who?

me?

what?

ya ya?

how?

a ina?

where?

yaushe?

when?

suna

name

a baya

behind

a ciki

in

a gaban

in front of

saman

over

akai

on

karkashi

under

a gefe

beside

a tsakani

between

wuri

place